அவளொரு பட்டாம்பூச்சி

வெண்பா

ஏலே பதிப்பகம்

அவளொரு பட்டாம்பூச்சி– நாவல்
© வெண்பா 2021
எழுத்தாளர்: வெண்பா
முதல் பதிப்பு: நவம்பர் 2021

வெளியீடு:
ஏலே பதிப்பகம்
5/175, பாத்திமா நகர்,
கூத்தென்குழி,
திருநெல்வேலி – 627104
தொடர்புக்கு: 9944992571

Avaloru Pattamboochi- Novel
All Copy Rights Reserved By © Venba 2021
Author: Venba
First Edition: November 2021

Published By:
Aelay Publish
5/175, Fathima nagar,
Kuthenkuly,
Tirunelveli -627104
Phone: 9944992571

Design And Executed by

ISBN : 978-93-5533-196-0

Page : 43

வெண்பா

கம்பன் கவியில் குடி கொண்டு
வள்ளுவன் கோல் முனையில் நிலை கண்டு
பாரதியின் எழுத்துக்களில் இளைப்பாறி,
என்னை இயக்கிக் கொண்டிருக்கும்
என் தமிழை வணங்கி எழுதுகிறேன்...

என் எழுத்துப் பயணம்

இறப்பதற்குள் எதையேனும் சொல்லிவிடத் தீரா ஆசை எனக்கு. மண்ணில் என்னுடல் புதைகின்ற வரையில் பல புத்தகங்களைப் புரட்டிட ஆவல் எனக்கு. வெற்றுக் காகிதத்தை மையின் மழையால் நிரம்பிடச்செய்யும் நீளும் ஆசை எனக்கு. வலிகளையும், உணர்வுகளையும் வரிகளால் எடுத்துரைக்க ஏகபோக எதிர்பார்ப்பெனக்கு

எல்லோருக்கும் ஏதோ ஒன்றில் இனம்புரியா அதீத ஈர்ப்பிருக்கும் என்பார்கள். எனக்குமோர் ஈர்ப்புண்டு அது யாதெனில் எண்ணிக்கையில் அடங்கிய எழுத்துக்களை எண்ணங்களுக்குள் அடக்கி ஆளும் அழகிய அர்த்தமுள்ள புத்தகங்களின் மீது தான். அவற்றைப் படிப்பதைத் தவிர எனக்கு பிடித்த பணியென்று வேறெதுமில்லை.

கதைகளும், நாவல்களும் என் வாழ்வின் ஓர் அங்கமாய், என் சிந்தனைகளைச் செதுக்கிக் கொண்டிருக்கிறது. விவரம் தெரிந்து நான் படித்த முதல் நாவல் கல்கி அவர்களின் கை வண்ணத்தில் உருவான "பொன்னியின் செல்வன்" பக்கங்களை புரட்ட புரட்ட வந்தியத்தேவனோடு நானும் பயணிக்க தொடங்கினேன். அதுவரை குதிரையில் பயணிக்காத என்னை கதை முழுவதும் குதிரையில் ஏற்றி சுற்றி காண்பித்த அந்த

வந்தியத்தேவனின் ரசிகை நான். எத்துனை அழகான வர்ணனைகள். நினைத்தால் சிலிர்க்க தான் செய்கிறது. அன்று வரை எந்த நாவலாசிரியர் பெயரும் தெரியாத எனக்கு கல்கி அவர்களின் பெயர் என் நெஞ்சில் ஒலித்துக் கொண்டே இருந்தது. சில நாள் தேடல்களுக்கு பிறகு எனக்கு கிடைத்த அரிய பொக்கிஷம் "சிவகாமியின் சபதம்" அதுவும் கல்கியின் படைப்பே. அந்த நாட்டிய மங்கை சிவகாமி மீதும் அவள் தந்தையின் சிற்பக் கலை மீதும் தீராத காதல் எனக்கு. அவ்வளவு அருமையானக் கதாப்பாத்திரங்களைக் கல்கி அவர்களால் மட்டுமே அத்துனை அழகாக காட்ட முடியும் என்று தோன்றியது. கவிப்பேரரசின் கருவாச்சி காவியம், மூன்றாம் உலகப் போர், தண்ணீர் தேசம் இவை யாவும் நான் சேகரித்த சொத்துக்கள். ஆயிரம் முறை படித்தாலும் முதல் முறை படிப்பது போன்றே தோன்றும் இந்த புத்தகங்கள் மீது நகர்ந்து செல்ல என் கண்கள் சலித்ததே இல்லை. கல்கி, கவிப்பேரரசு இவர்கள் வரிசையில் நா.முத்துக்குமார் அவர்களும் என் புத்தகக் காட்டின் வழித்துணை ஆனார்.

"வைஷ்ணவி" என்னும் வாசகியாக இருந்த என்னை எழுத்துக்களைக் காதல் செய்ய வைத்து "வெண்பா" என்னும் எழுத்தாளராக்கிய இவர்களுக்கும் இவர்களின் முத்தான எழுத்துக்களுக்கு என் நன்றிகளும்

வணக்கங்களும். இவர்களின் வழித் தடங்களைப் பின்பற்றி நானும் என் எழுத்துப் பயணத்தைத் தொடங்குகிறேன்.

பிரியமுடன் வெண்பா

முன்னுரை

ஒவ்வொரு பெண்ணின் வாழ்க்கையும் ஓர் அழகிய பயணம். நெடுந்தூர பயணத்தில், ஒவ்வொருவரும் சந்திக்கும் நபர்களும், சவால்களும் அவள் வாழ்க்கையின் அனுபவமாகி, ஏதோ ஒரு பாடத்தைக் கற்றுத் தந்து கடக்கிறது. இந்த பயணத்தில் வரும் நட்பும் காதலும் நம்மை உற்சாகமாக பல மைல்கல்களைக் கடக்க வைத்து, சில நேரங்களில் நம்மை கடினமான முடிவுகளை எடுக்க வைக்கிறது. கடக்கும் ஒவ்வொரு மைல்கல்லும் ஒரு புதிய நாளுக்கானத் தொடக்கமாகிறது.. அப்படி பல மைல்கல்களைக் கடந்து ஒரு இனிமையான அத்தியாயத்தைத் தொடங்கிய பெண்ணின் கதை தான் இந்த அவளொரு பட்டாம்பூச்சி. அன்பின் நிழலில் இளைப்பாறி கொண்டிருந்தவளின் மனதில் எழுந்த குழப்பத்தையும் அதனால் அவள் எடுத்த முடிவையும் அதன் விளைவுகளையும் தன் எழுத்துக்களால் காட்சிபடுத்தும் அவளொரு பட்டாம்பூச்சி என் எழுத்துலகப் பயணத்தின் முதல் அடி. என்னையும் என் எழுத்தையும் தங்களோடு அரவணைத்து உங்களின் அன்பையும் ஆதரவையும் அளித்து என் எழுத்துலக பயணத்தின் வழித்துணையாய் உடன் பயணிக்கும்படி கேட்டுக் கொள்கிறேன்.

அத்தியாயம் 1

தேவதை வருகைக்காக காத்திருந்த தருணமது. கொஞ்சம் பயத்துடனும், கொஞ்சம் பதற்றத்துடனும் கடந்த அந்த நொடிகளில், மனதுக்குள் ஏதோ ஒரு புரியாத உணர்வு. வார்த்தைகளால் வர்ணிக்க முடியாமல் வலியோடுக் கூடிய சுகத்தில் தவிக்கும் தந்தையின் கையில், தேவதையாய் அவள் வந்தாள். கண்ணீர்த் துளிகளோடு அவளை அணைத்துக் கொள்ள கற்கண்டு போல் இனித்த கண்ணீர் துளிகள் கவிப் பாடியது. கவிதையின் மொழியானவளுக்கு வெண்பா எனப் பெயரிட்டார். மரபிலக்கணத்தின் அரசி அன்று காதல் சின்னமானாள். வேறென்ன வேண்டும் ஒரு தந்தைக்கு, தன்னை அதட்ட இன்னொரு தாய் பிறந்து விட்டாள் அல்லவா! விரல் பிடித்து நடக்கும் அவள் ஒரு விந்தை. மழலை பேசும் மழைத்துளி. அவள் பொழுதுகள் விடிவதும் தன் தந்தை முகத்தில் தான்! அவள் இரவுகள் முடிவதும் தன் தந்தை மடியில் தான்!

தன் தந்தை செய்வதைக் கண்ணாடி போல் பிரதிபலிக்கும் பிம்பம் அவள். "அப்பா" என்பது அவள் மூன்றெழுத்து மந்திரம். மூச்சுக்கு முன்னூறு தடவை "அப்பா" என்றழைக்கும் அல்லி ராணி அவள். அவள் உலகில் அப்பாவைத் தவிர வேறு எதுவுமில்லை. அவருக்கோ தன் மகளே உலகம். அவள் வாய்

திறந்து கேட்கும் முன்னே அனைத்தையும் வாங்கி கொடுத்திடுவார். மகள் கேட்டால் போதும் நிலவில் கூட வீடு கட்ட துணிந்திடுவார்.

அவர் "வெண்பா" என்றவுடன் துள்ளி குதித்து ஓடி வந்து அருகில் நிற்பாள். அப்பா என்றால் அவளுக்கு உயிர். அவருக்கு ஒன்றென்றால் துடித்திடுவாள். அவருக்கும் அப்படித்தான். மகளின் கனவுகளுக்கு உயிர் கொடுத்து அவள் சிரிப்பில் வாழ்ந்திடுவார். தன் மகளின் பேச்சில் உலகையே மறந்திடுவார். நாள் முழுவதும் பேசினால் கூட அவர்களிடம் பேசுவதற்கு வார்த்தைகள் மிச்சம் இருக்கும். இருவரின் அன்பை விவரிக்கும் போட்டியில் விண்மீன்கள் கூட தோற்றுத்தான் போனது.

வெண்பா என்று பெயரிட்டதால் என்னவோ அவளுக்குத் தமிழ் மீது அளவில்லாப் பற்று. அப்பாவும் மகளும் தமிழ் பற்றி பேசத் தொடங்கிவிட்டால் போதும் அன்னம் தண்ணீர் வேண்டாம் இருவரும் தமிழையே சுவாசிப்பர். அப்பா தான் அவளுக்கு எல்லாமே. அவரை மட்டுமே அவள் சுற்றிச் சுற்றி வருவாள். அவளுக்குத் தோன்றும் அனைத்தையும் அவரிடம் கொட்டித் தீர்ப்பாள். அவள் ஆசைகளையும் கனவுகளையும் அறிந்த ஒரே ஜீவன் அவள் தந்தை தான். அவள் வார்த்தைக்கு மறு வார்த்தை சொல்லாமல் சரி என்பதை மட்டுமே பதிலாக தருபவரும் அவரே.

அத்தியாயம் 2

அப்பாவைத் தவிர வேறொன்றும் அறியாத அவள் வாழ்க்கையில் நட்பெனும் உறவு வந்தது. அழகுக்கு அழகு சேர்க்க அவள் உதட்டிற்கு புன்னகை சேர்க்க நட்போடு மாறன் வந்தான். அப்பாவிடம் அவனை அறிமுகப்படுத்தினாள். அவனின் அமைதியும், பொறுமையும் அப்பாவிற்கு மிகவும் பிடித்திருந்தது. அறிமுகமான கொஞ்ச நாட்களிலேயே அப்பாவின் நம்பிக்கைக்குரியவனானான். அவனும் வெண்பாவும் இணைபிரியா நண்பர்கள் ஆனார்கள்.

அப்பாவின் தேவதை அவன் பட்டாம்பூச்சி ஆனாள். அவனுக்கு அவள் மட்டும் போதும் வேறெதுவும் தேவையில்லை. அவளைத் தினமும் பேசச் சொல்லி கேட்டு இரசிப்பான். அவள் கண்களின் கதகதப்பில் காலங்கள் கடந்திடுவான். கண்கள் முட்டிக் கொண்டால் காதலாம். ஆனால், அவனுக்கோ அவள் படபடக்கும் பட்டாம்பூச்சியே.

அவள் தோள் சாயத் தோழனாய், அவள் தடுமாறும் போது தாங்கி பிடிக்கும் தாயுமானவனாய், அவள் கொடுக்கும் வலிகளைத் தாங்குபவனாய், அவள் இடும் செல்ல சண்டைகளின் சொந்தக்காரனாய், அவளின் இரசிகனாய், அவளுக்கு

அனைத்துமாய் அவன் இருந்தான். அவனுக்கு அவள் மேல் அலாதி பிரியம். கனவில் கூடப் பட்டாம்பூச்சி தான் அவனுக்கு.

நாட்கள் நகர, தன் தந்தையை நியாபகப்படுத்தும் அவன் முகத்தின் மேல் அவளுக்கு ஏதோ ஒரு ஈர்ப்பு. அப்பாவிற்கடுத்து அவள் முழுமையாக நம்பும் நபராய் அவன் இருந்தான். அவள் கோபங்களையும் வலிகளையும் அவனிடம் கொட்டித் தீர்த்தாள். அவள் கோபத்தை வெளிப்படுத்தும் போதெல்லாம் அவன் பொறுமையாக அவளை அமைதிப்படுத்துவான். அவன் பொறுமைக்கு முன் எப்போதும் அவள் கோபம் தோற்றுத் தான் போனது.

அவர்களுக்குள் நடக்கும் சிறுசிறு உரையாடல்கள் கூட அத்துனை அழகாக இருக்கும். "உனக்கு என்ன எவ்ளோ பிடிக்கும்" என்ற அவளின் கேள்விக்கு எப்போதும் "எனக்கு இந்த உலகத்துலேயே உன்ன மட்டும் தான் பிடிக்கும்" என்பதே அவனின் பதிலாய் இருந்தது. "எனக்கு உன் கூடவே இருக்கணும்னு தோணுது" என்ற அவளின் எதிர்பார்ப்புக்கு, பதிலாய் வெறும் புன்னகை மட்டும் சிந்திச் சென்றான்.

அவனுக்கோ அவளிடம் எந்த எதிர்பார்ப்பும் இல்லை. கடைசி வரை அவள் தன்னோடு பேசிக்

கொண்டிருந்தால் போதும் வேறெதுவும் வேண்டாம் என நினைத்தான். ஒரு பக்கம் அப்பா இன்னொரு பக்கம் அவன் என அன்புகளுக்கிடையே அலைமோதி கொண்டிருந்தது அவள் இதயம்.

அத்தியாயம் 3

கடற்கரை ஓரமாக நின்று கடலலைகளை இரசித்துக் கொண்டிருந்தவளிடம் அவன், "பட்டாம்பூச்சி நீ என்னுடையவளாக இருப்பாயா?" என்று கேட்டான். எப்போதும் புன்னகை நிறைந்த அவள் உதட்டில் அன்று ஏனோ மௌனம் மட்டுமே இருந்தது. என்ன சொல்வதென்று அறியாமல் நின்றவளிடம், "நீ இப்போ ஒன்னும் சொல்ல வேணாம். உன் கனவுகளையும் கடமைகளையும் நிறைவேற்றிய பிறகு என்னிடம் வா நான் உனக்காகக் காத்திருப்பேன்" என்றான். தன்னிடமிருந்து தூரமாக அவன் செல்ல கண்களைக் கசக்கி கொண்டு உறக்கத்திலிருந்து எழுந்தாள்.

அவளுக்குள் ஏதோ ஒரு தயக்கம். எங்கு தன்னை அறியாமல் அவனிடம் தன் மனதை இழந்துவிடுவாளோ என்ற பயம் தான் அவளுக்கு. நாளுக்கு நாள் அதிகரிக்கும் அவன் அன்பைக் கண்டு வியந்தாள். வேண்டும் என சொல்லவும் முடியாமல் வேண்டாம் என விட்டு விலகவும் முடியாமல் தவித்துக் கொண்டிருந்தது அவள் மனம். பாவம்! பெண்ணல்லவா சட்டென்று முடிவெடுக்க முடியாமல் தவித்தாள்.

தன் கனவைப் பற்றியும், தயக்கங்களைப் பற்றியும் அவனிடம் சொன்னாள். அதற்கு

அவன் புன்னகைத்தபடி, "குழப்பங்கள் ஏனடி கண்மணி! இருவரும் கடைசி வரை ஃபிரண்ட்சாவே இருப்போம்" என்றான். எதார்த்தங்களை அறியாதவன் அவன். அவள் பிரிவைத் தாங்கி கொள்ள மாட்டான். அவளோ ஆணும் பெண்ணும் கடைசி வரை நண்பர்களாக இருப்பதை சமூகம் எப்படி ஏற்றுக் கொள்ளும் என்று அஞ்சினாள். அவனுக்கோ அவளோடு கடைசி வரை பேசிக் கொண்டிருக்க வேண்டுமென்ற நிபந்தனை மட்டுமே.

காலங்கள் வைத்திருக்கும் கடமைகளைப் புரிய வைக்க அவள் எவ்வளவோ முயற்சித்தும், அவளோடு கடைசிவரை பேசிக் கொண்டிருக்க வேண்டும் என்பதிலிருந்து மட்டும் அவன் மாறவேயில்லை. பல குழப்பங்களுக்கிடையே சிக்கித் தவிக்கும் அவளை விடுவிக்க வெளிநாட்டில் இருந்து தூதொன்று வந்தது.

செய்வதறியாது இருந்த அவளுக்கு, தன் பலநாள் கனவு நிறைவேற ஒரு வாய்ப்பு அஞ்சல் வழியாக கிடைத்தது. கடிதத்தின் நுனி கூட மடங்காமல் அதனைப் பிரித்து படித்தாள். தன் மேற்படிப்பிற்காக அவள் வெளிநாட்டுப் பல்கலைக்கழகம் ஒன்றிற்குக் கடிதம் அனுப்பியிருந்தாள்; தற்போது வந்திருப்பதும் அவள் கடிதத்திற்குப் பதில் கடிதமே. அவளுக்கு அந்தப் பல்கலைக்கழகத்தில் படிக்க வாய்ப்பு கிடைத்திருக்கிறது.

அத்தியாயம் 4

இப்போது இருக்கும் சூழ்நிலையைக் கருத்தில்கொண்டு அவள் அங்கு செல்ல முடிவெடுத்தாள். அப்பாவிடம் சொன்னால் ஒத்துக்கொள்ளமாட்டார் என்று தயங்கினாள். ஆம், ஆசை மகளைப் பிரிய எந்தத் தந்தை தான் ஒப்புக்கொள்வார். இருப்பினும், அவரிடம் எடுத்துச் சொல்லி சம்மதம் வாங்க முடிவு செய்தாள். அந்தக் கடிதத்தை எடுத்துக் கொண்டு அப்பாவிடம் சென்றாள் "அப்பா, எனக்கு எம்.எஸ் படிக்க ஒரு வாய்ப்பு கெடச்சிருக்கு பா. நா யு.எஸ் போகலாம்னு இருக்கேன்" என்றவளிடம் "என்ன மா சொல்ற இப்போ என்ன திடீர்னு யு.எஸ் க்கு?" என்றார். "இல்ல பா நா பி.டெக் முடிச்ச உடனே அப்ளே பன்னேன் செலெக்ஷன் ப்ராசஸ் எல்லாம் முடிஞ்சு இப்பத் தான் கன்ஃபர்மேஷன் லெட்டர் வந்ருக்கு. என்னோட கனவு பா இது! நா போறேன் பா ப்ளீஸ் பா" என்ற அவள் வார்த்தைகளுக்குப் பதில் சொல்ல முடியாமல் நின்றார். அன்று இரவு முழுக்க அவருக்கு வெண்பாவைப் பற்றிய சிந்தனை மட்டுமே. தாயில்லாப் பிள்ளை அவளைப் பிரிந்து இருக்க அவருக்கு மனமில்லை. அவளை நினைத்துக் கவலைப்பட்டார்.

மறுநாள் காலையில் தற்செயலாக மாறன் அவள் வீட்டிற்கு வந்தான். வந்தவனிடம் அவள்

அப்பா "வெண்பா ஏதேதோ சொல்றா பா எனக்கு என்ன சொல்றதுனு தெரில நீயாச்சும் அவள்ட எடுத்துச் சொல் அவ மாடில இருக்கா. நா செடிக்கு நீர் பாய்ச்சிட்டு வரேன்" என்று சொல்லி சென்றார்.

ஒன்றும் புரியாமல் மாடிக்குச் சென்றவன் "அப்பா என்ன சொல்றாரு நீ அப்படி என்ன அவர்ட சொன்ன?" என்று கேட்க அவள் மேல் படிப்பிற்காக யு.எஸ் போகவிருக்கும் தன் முடிவை அவனிடம் சொன்னாள். என்ன சொல்வதென்று தெரியாமல் நின்றான். முதலில் அவனும் ஒப்புக் கொள்ளவில்லை. நீண்ட நேர உரையாடலுக்குப் பின் அரை மனதோடு ஒப்புக் கொண்டவன், "என்ன விட்டு தூரமா பறந்துறாத பட்டாம்பூச்சி" என்றான். அவனுக்கு பதில் சொல்ல முடியாமல் கண் கலங்கி நின்றாள். "உன்னோடு இருக்கவும் முடியாமல், உன்னை விட்டுப் பிரியவும் முடியாமல் கலங்கி நிற்கும் என்கிட்ட எதுவும் கேட்காத" என்றாள். அவளின் மனநிலையைப் புரிந்துகொண்ட அவன், "பத்திரமாகப் போய்ட்டு வா பட்டாம்பூச்சி" என்றான். இருவருக்கும் இடையில் சில நேரம் மௌனம் நிலவியது. பிரிய மனமில்லாமல், இருவரும் ஒரு வழியாக கண்ணீர் நிரம்பிய விழிகளோடும், கனத்த இதயதோடும் பிரிந்தனர்.

மாடியிலிருந்து கீழே வந்த மாறனிடம் அவள் அப்பா "என்ன சொன்னா?" என்று கேட்க "அது

அவள் கனவு" என்று ஒற்றை வரியில் சொல்லிவிட்டு சென்றான். அவன் சொன்னதைப் புரிந்து கொண்டவர் வேறு வழியில்லாமல் சம்மதித்தார்.

அத்தியாயம் 5

அதற்குப் பின் அவன் வெண்பாவைப் பார்க்கவேயில்லை. ஒரு நாள் கோவிலில் மாறனைப் பார்த்த அப்பா "என்னாச்சு வெண்பா நாளைக்கு யு.எஸ் கிளம்பறா நீ அவளைப் பார்க்க வரலயா?" என்று கேட்க "வரேன் அன்கிள்" என்று சொல்லி சென்றான்.

அன்று முழுக்க அவனுக்கு ஏதேதோ எண்ணங்கள் தோன்றி கொண்டே இருந்தது. அவளை முதல் முதலில் பார்த்த நாள் முதல் அன்று வரை அவள் பேசியது அவன் காதுக்குள் ஒலித்துக் கொண்டே இருந்தது. அவள் புறப்படுவதற்கு முன் ஒருமுறை அவளைப் பார்க்க அன்று மாலை அவள் வீட்டிற்கு சென்றான். ஊருக்குப் புறப்படத் தயாராகி கொண்டிருந்தவளிடம் "பட்டாம்பூச்சி எப்போ பார் என்கிட்ட எதாச்சும் கேட்டுட்டே இருப்பல இப்போ எதாச்சும் கேளு ப்ளீஸ்" என்றான்.

சிறுபிள்ளை தனமாக அவள் கேட்கும் கேள்விகளுக்கு அவனால் மட்டுமே பதில் சொல்ல முடியும். அன்றும் அப்படித்தான் நடந்தது. பிரிவதற்கு முன் அவள் ஒரு கேள்வி கேட்டாள். "என்னை, ஏன் பட்டாம்பூச்சினு கூப்புட்ற?" என்று. விழிகளில் நீரோடும், உதட்டில் சிரிப்போடும் அவன் "பட்டாம்பூச்சியின் ஆயுட்காலம் குறைவு தான்

ஆனா, அது நம்மல சந்தோஷப்படுத்த தவறுனதேயில்ல. அது போலத்தான் நீயும், என்னோடு நீ இருக்கும் நேரங்கள் குறைவா இருந்தாலும் என்னை நீ சிரிக்க வைக்க மறந்ததில்ல" என்றான். அவள் கண்களில் கண்ணீர் வெள்ளம் பெருக்கெடுத்தது. "இதுக்கு மேல் எதும் பேசாத உன் கூடவே இருந்திருவேன்" என்றாள். அவளின் மனநிலையையப் புரிந்துக் கொண்டு விடைபெற்றுச் சென்றான்.

அடுத்த நாள் ஏர்போர்ட்டில் அவளும், அப்பாவும் மாறனுக்காகக் காத்திருந்தனர். ஆனால், அவன் வரவில்லை. அவள் தன் கண் முன்னே பிரிந்துச் செல்வதைப் பார்க்க மனமில்லாமல், கோவிலில் அவள் பெயர்க்கு அர்ச்சனைச் செய்து கொண்டிருந்தான். நேரமாகி விட்டதால் அப்பாவின் அன்பையும், அவனின் நினைவுகளையும் ஒருவித ஏக்கத்தோடு நெஞ்சில் சுமந்து சென்றாள்.

ஆம், அவளொரு பட்டாம்பூச்சி தான்! அப்பாவின் நம்பிக்கையை உடைக்கவும் அவளுக்கு விருப்பமில்லை, அவனைக் காயப்படுத்தவும் அவளுக்கு மனமில்லை. எனவே, அவள் எடுத்த இந்த முடிவு ஒரு அழகிய தொடக்கமே!

அத்தியாயம் 6

விமானம் கிளம்பியது! பூமியை விட்டு வெகு உயரத்தில் பறக்கும் போது கூட அவளுக்கு அவன் நியாபகம் மட்டுமே. மேகங்களுக்கு நடுவே பறக்கும் பட்டாம்பூச்சியாக அவனை நினைத்தபடியே யு.எஸ் வந்து சேர்ந்தாள். தேசம், மொழி, மக்கள் என அனைத்தும் புதிதாக இருப்பதால் அவளுக்கு அந்த சூழலைப் பழக கொஞ்ச அவகாசம் தேவைப்பட்டது. காலங்கள் உருண்டோட கல்லூரியின் இயல்பு வாழ்க்கையைப் பழக ஆரம்பித்தாள். அங்கு நண்பர்கள் என்று சொல்லிக் கொள்ள நிறைய பேர் இல்லை என்றாலும் அவளைப் பத்திரமாய் பார்த்துக் கொள்ளவும் அவள் எண்ணங்களைப் பரிமாறி கொள்ளவும் ஜெனிஃபர் என்ற தோழி இருந்தாள். இருவரும் எங்கு சென்றாலும் ஒன்றாகவே செல்வர். இருவரும் ஒரே கோர்ஸ் என்பதால் வகுப்பிலும் ஒன்றாகவே இருப்பர். அவளிடம் தன் அப்பாவைப் பற்றி பேசிக் கொண்டிருக்கையில் தன் அப்பாவிடம் பேச வேண்டும் என்று தோன்றியது.

அது அவள் யு.எஸ்சிலிருந்து பண்ணும் முதல் தொலைபேசி அழைப்பு. தொலைபேசி மணி அடிக்க நியூஸ் பேப்பர் படித்துக் கொண்டிருந்தவர் தொலைபேசியை எடுத்தார். "அப்பா, எப்படி பா இருக்கீங்க" என்ற குரல் அவர் கண்களைக் குளமாக்கியது. "அம்மாடி

வெண்பா நல்லா இருக்கேன் மா நீ எப்படி டா இருக்க" என்று கேட்டார். "நா நல்லாருக்கேன் பா" என்றாள். இப்படியே இருவரும் மணிக் கணக்கில் பேசிக் கொண்டிருந்தனர். நேரம் போனதே தெரியவில்லை. அவள் கண்ணால் பார்த்ததில் தொடங்கி காதால் கேட்டது வரை அனைத்தையும் அப்பாவிடம் சொல்லி விட்டாள். ஆனால் மாறனைப் பற்றி மட்டும் பேசவில்லை. அப்பாவிற்கு தோன்றியது "இவள் ஏன் மாறனைப் பத்தி ஒரு வார்த்தைக் கூட கேட்கல" என்று. இருப்பினும் அவர் அவளிடம் எதுவும் கேட்டுக் கொள்ளவில்லை.

அப்பாவை நினைக்கும் போதெல்லாம் அவரைத் தொலைபேசியில் அழைத்துப் பேசுவாள். அப்பாவிற்கு தன் மகளைப் பிரிந்து இருக்க முடியவில்லை தினமும் அவளோடு ஒரு மணி நேரம் பேசிடுவார். இத்தனை நாட்களில் ஒருமுறை கூட அவள் மாறனைப் பற்றி கேட்கவேயில்லை.

நாட்கள் அதிகரிக்க அதிகரிக்க அவளுக்கு அவனைப் பற்றிய சிந்தனையும் அதிகரித்துக் கொண்டே போனது. அப்பாவிடம் எதுவும் சொல்லிக் கொள்ளவில்லை. அவனைப் பற்றி ஜெனிஃபரிடம் கூட எதுவும் சொல்லவில்லை. அவன் நினைவுகளின் பிடியில் சிக்கித் தவிக்கையில் அவை அனைத்தையும் ஒரு பேப்பரில் எழுதி பெட்டிக்குள் வைத்து

பூட்டிடுவாள். அவனிடம் பேசாமல், அவனைப் பார்க்காமல் தவிக்கும் அவளின் மனதை உறக்கமில்லா இரவுகளும், அவள் கண்ணீரை குடிக்கும் தலையணையும் உணர்த்தும். எங்கு பார்த்தாலும் ஏதோ ஒன்று அவனை நினைவுப்படுத்திக் கொண்டே தான் இருந்தது. அமைதியான இடம், மழை, பட்டாம்பூச்சி, கோவில், காப்பி, இசை என அனைத்தும் அவனை நினைக்க வைத்துக் கொண்டே இருந்தது. அவனை மறக்க முடியாமல் தவித்தாள்.

இங்கு அவனுக்கும் அதே நிலை தான். இன்ஜினியரிங் படித்துவிட்டு வேலைக்காக இன்டர்வியூ போகும் போது அவள் வாங்கி கொடுத்த நீல நிற சட்டையை அணிந்துக் கொண்டு, அவளின் கரிய நிற பார்க்கர் பேனாவை எடுத்துக் கொண்டுச் சென்றான். அந்த இன்டர்வியூவில் அவனுக்கு வேலை நிச்சயமானது. அன்று முதல் அந்தப் பேனாவை அவனிடமே கொடுத்துவிட்டாள் வெண்பா. அந்தப் பேனாவை எடுத்துக் கையெழுத்துப் போடும் ஒவ்வொரு முறையும் அவனுக்கு அவள் நியாபகம். நீல நிறம் முதல் அவளுக்குப் பிடித்த தயிர் சாதம் வரை அனைத்திலும் அவள் முகம். அவனுக்கு கோவில் போகும் பழக்கம் கிடையாது. அவளோ தொட்டதிற்கு எல்லாம் கோவிலுக்குப் போகும் பக்தி மான். இப்போதெல்லாம் அவளுக்காக மட்டுமே அவன்

அந்தக் கோவில் வாசலை மிதிக்கிறான். கோவிலுக்குப் போகும் போதெல்லாம் அவள் உடன் இருப்பதாக ஒரு நம்பிக்கை அவனுக்கு. அவளை விட்டுப் பிரியும் நிலை வருமென கனவில் கூட நினைத்திருக்க மாட்டான். ஆகாயத்தில் பறக்கும் விமானங்களைப் பார்க்கும் போதெல்லாம் ஏதோ அவளே கடந்து சென்றது போல அவன் மனம் கனமாகும்.

அத்தியாயம் 7

வெண்பாவின் பிறந்த நாளென்று அவன் கோவிலுக்கு சென்றிருந்தான். யாரிடமும் சொல்லாத அவன் தவிப்பை அன்று இறைவனிடம் கொட்டித் தீர்த்தான். "உன் கூட இருக்கவும் முடியாம உன்ன விட்டு விலகவும் முடியாம தவிக்கிறேன் - இது அவ சொன்னது தான் ஆனா இப்போ அது எனக்கும் பொருந்தும். ஏன் இப்படி என்ன கஷ்டப்படுத்தற என்னால முடியல அவள எப்படியாச்சும் நா பாக்கணும், அவகிட்ட பேசனும், உன் கூடவே இருக்கணும்னு தோனுதுனு சொல்லணும். ப்ளீஸ் அவ எனக்காக உன்கிட்ட நெறையா கேட்ருக்கா நீ எதெல்லாம் கொடுத்த. அது அவ வேண்டுன நாலையானு தெரில ஆனா நீ கொடுத்த. இப்ப அவளுக்காக நா வேண்டுறேன் அவள நல்லா பாத்துக்கோ. அவள எப்படியாச்சும் நா பாக்கணும் ப்ளீஸ்" என்று கண்ணீரோடு வேண்டினான்.

வெண்பாவிற்காகக் கோவிலுக்கு வந்திருந்த அப்பா மாறனைச் சந்தித்து நெடு நேரம் அவனோடுப் பேசிக் கொண்டிருந்தார். அப்போது அவர் மாறன் வெண்பாவைப் பற்றி ஏதேனும் கேட்பான் என்று எதிர்பார்க்க அவனோ ஏமாற்றத்தையே கொடுத்தான். அவன் ஒருமுறை கூட அவளைப் பற்றி கேட்கவே இல்லை. நெடு நேர உரையாடலுக்குப் பின் வீடு திரும்பிய அப்பா மனதில் எண்ணற்ற

கேள்விகள். "ஏன் வெண்பா மாறனப் பத்தி எதும் கேக்கல? ஏன் மாறன் வெண்பாவைப் பத்தி எதும் பேசல? இரண்டு பேருக்கும் நடுவுல என்ன நடந்துச்சு? அன்னைக்கு மாடில இருந்து கீழ வரும் போது ஏன் மாறன் கண் கலங்கிருந்துச்சு? ஏன் மாறன் ஏர்போர்ட் வரல? என பல கேள்விகள் தோன்றியது. இதையெல்லாம் யோசித்துக் கொண்டு உட்கார்ந்திருந்தவர் தொலைபேசி மணி அடிக்க எடுத்துப் பேசினார். "அப்பா நா இன்னும் பத்து நாள்ல வரேன் அப்றம் ஒன் மன்த் உங்க கூட தான்" என்றாள் "ரொம்ப சந்தோஷம் டா நீ சீக்கிரம் வா நா வெயிட் பண்ணிட்டு இருக்கேன். பிறந்தநாள் வாழ்த்துக்கள் டா குட்டிமா" என்றவரிடம் "தான்க் யூ பா கோவிலிக்கு போனிங்களா அங்க மணி தாத்தா எப்படி இருக்காரு?, பக்கத்து வீட்டுக் குட்டி பாப்பா நிலா எப்படி இருக்கா? அபியோட பூனைக்குட்டி எப்படி இருக்கு? என் அனைத்தையும் விசாரித்தவள், அப்பா எதிர்பார்த்த மாறனைப் பற்றி மட்டும் விசாரிக்கவேயில்லை. இம்முறையும் அவருக்கு ஏமாற்றமே. சிறிது நேரம் மற்ற விஷயங்களை பற்றி பேசிவிட்டு தொலைபேசியை வைத்தவர், "இந்த தடவ அவ வரும் போது அவகிட்டயும், மாறன் கிட்டயும் என்ன நடந்ததுனு கேக்கனும்" என்று மனதுக்குள் நினைத்துக் கொண்டு தன் வேலையைப் பார்க்கச் சென்றார். மகளின் வருகையை எதிர்பார்த்தே அப்படி இப்படி என்று ஒரு வாரம் ஓடியது.

அத்தியாயம் 8

வெண்பாவும் தன் அப்பாவைக் காணும் ஆவலில் அவருக்காக அவருக்கு மிகவும் பிடித்த வாட்ச் வாங்க ஜெனிஃபருடன் கடைக்குச் சென்றாள். அங்கு அப்பாவிற்காக வாட்ச், மணி தாத்தாவிற்க்காக அவர் கேட்ட சென்ட், நிலா பாப்பாவிற்காக பொம்மை, அபி பாப்பா கேட்ட பார்பி டால் என அனைத்தையும் வாங்கினாள். "எல்லாருக்கும் வாங்கியாச்சா ஷால் வீ கோ" என்று கேட்ட ஜெனிஃபரிடம் "இல்ல இன்னும் ஒருத்தர்க்கு மட்டும் வாங்கனும்" என்றாள். ஜெனிஃபரை அழைத்துக் கொண்டு ஒரு கடைக்குள் சென்று பர்பிள் கலர் சர்ட் எடுத்தாள். "இது யாருக்கு" என்று கேட்ட ஜெனிஃபரிடம் புன்னகைத்தபடி பதில் சொல்லாமல் "போகலாம்" என்றாள். ஜெனிஃபரும் அவள் பதில் சொல்லாததைப் பெரிதாக கண்டு கொள்ளாமல் அவளோடு வீட்டிற்குச் சென்றாள். வீட்டிற்குச் சென்று இருவரும் டின்னர் சாப்பிட்டுவிட்டு அவர்கள் வாங்கி வந்த பொருட்களை எல்லாம் ஒருமுறை பார்த்துவிட்டு ஊருக்கு எடுத்து செல்லும் பெட்டிக்குள் வைத்தாள். ஆனால், அந்த பர்பிள் சர்ட்டை மட்டும் அவள் பெட்டிக்குள் வைக்காமல் அங்கிருந்த அலமாரிக்குள் வைத்தாள். இருவரும் கொஞ்ச நேரம் பேசிக் கொண்டிருந்தனர். பிறகு உறங்க சென்றனர்.

வெண்பாவிற்கு மட்டும் தூக்கம் வரவில்லை புரண்டுப் புரண்டு படுத்தாள்.

அவனைப் பற்றிய நினைவுகள் அவளைக் தூங்கவிடவில்லை. அவனுக்கு மிகவும் பிடித்த பர்பிள் கலரில் சர்ட் எடுத்தாள் இருப்பினும் அதை ஊருக்குக் கொண்டு செல்வதில் அவளுக்கு ஏதோ ஒரு தயக்கம். வெகு நேரம் முயற்சித்தும் அவளால் தூங்க முடியவில்லை. படுக்கையில் இருந்து எழுந்து அவனைப் பற்றிய தன் யோசனையை லெட்டரில் எழுதினாள். அதில் "இன்னைக்கு உனக்காக ஒரு சர்ட் வாங்கினேன். நா எப்போ சர்ட் வாங்கி கொடுத்தாலும் அத உடனே போட்டுட்டு வருவ. உன் லைஃப்ல நடக்குற ஒவ்வொரு முக்கியமான தருணத்துலயும் நா வாங்கி கொடுத்த சர்ட் இருக்கும்னு சொல்லுவ. இன்னைக்கு உனக்குப் பிடிச்ச பர்பிள் கலர் சர்ட் வாங்கிருக்கேன். ஆனா அத உன்கிட்ட கொடுக்கனும்னு தோணல. என்கிட்டவே வச்சுக்கனும்னு தோணுது. உன்ன ரொம்ப மிஸ் பண்றேன். நீ என்ன மிஸ் பண்றியானு தெரில. அப்பா கிட்ட பேசும் போது உன்ன பத்தி கேக்கலாம்னு நெனப்பேன். ஆனா உன்ன பத்தி கேட்ட அப்பா உன்கிட்ட சொல்வாரு ஏதோ ஒரு வகையில நீ டிஸ்டர்ப் ஆவ எனக்கு அதுல இஷ்டம் இல்லை. அதனால் தான் நா உன்ன பத்தி எதும் கேக்கல", அப்படி எழுதி மீண்டும் அந்தப் பெட்டிக்குள் வைத்தாள். இப்படி இந்த ஒரு வருஷத்தில் அவள்

அவளொரு பட்டாம்பூச்சி

எழுதிய கடிதங்களுக்குக் கணக்கே இல்லை. ஒரு வழியாக தன் மனதை அழுத்தி கொண்டிருந்த அவன் நினைவுகளை எழுத்துக்களால் செதுக்கி விட்டு தூங்கச் சென்றாள்.

மறுநாள் காலையில் ஜெனிஃபர் அவளை ஏர்போர்ட்டில் வழியனுப்பி விட்டுச் சென்றாள். விமானத்தில் ஏறிய வெண்பாவிற்கு அப்பாவைக் காணும் ஆசையும், அவனைக் காணும் ஆவலும் அதிகரித்துக் கொண்டே போனது. தூரம் குறைய குறைய அவள் மனம் கனமாவதை உணர்ந்தாள். அவன் தன்னைப் பார்க்க வருவானா வந்தால் என்ன பேசுவது என்ற தயக்கமும் ஒருபுறம் இருந்தது. விமானம் ஏர்போர்ட்டில் தரையிறங்க அவளை அழைக்க அவள் அப்பா மட்டும் வந்திருந்தார். அப்பாவைப் பார்த்ததும் அவளுக்கு அளவில்லா மகிழ்ச்சி. ஒரு வருடத்திற்குப் பின் மகளைப் பார்த்ததால் அப்பாவின் கண்களில் ஆனந்தக் கண்ணீர் வழிந்தது. வீட்டிற்குச் செல்லும் வழியெல்லாம் இருவரும் பேசிக் கொண்டே சென்றனர். அதுவும் அவள் பேச்சு முடியவேயில்லை. பின்ன ஒரு வருடப் பயணத்தை அப்பாவிடம் சொல்லி முடிக்க வேண்டும் அல்லவா.

வீட்டிற்குச் சென்றவள், அப்பா தனக்குப் பிடித்த உணவெல்லாம் செய்து வைத்திருந்ததைப்

பார்த்து மகிழ்ந்தாள். இருவரும் ஆற அமர உணவருந்திவிட்டு பேசிக் கொண்டிருந்தனர். அவள் வாங்கிக் கொண்டு வந்ததை எல்லாம் அப்பாவிடம் காட்டிவிட்டு நிலா பாப்பாவிற்கும், அபிக்கும் கொடுத்தாள். அப்பாவிற்காக வாங்கி வந்த கடிகாரத்தை அவரிடம் கொடுத்தாள். அவருக்கு அலாதி இன்பம். மகள் வாங்கி கொடுத்ததைத் தன் கையிலிருந்து கழட்டவே இல்லை. அவருக்கு அவ்வளவு பிடித்திருந்தது அந்த வாட்ச். இப்படியே இரண்டு மூன்று நாட்கள் ஆனது. கோவிலுக்குச் சென்று மணி தாத்தாவிடம் அந்த செண்டைக் கொடுத்தாள். அவருக்கு மிகவும் மகிழ்ச்சியாக இருந்தது. சாமி கும்பிட்டு விட்டு அப்பாவும் அவளும் மரத்தடியில் அமர்ந்தனர். அவர் அவளுக்கும் மாறனுக்கும் இடையில் என்ன நடந்தது என்பதைப் பற்றி கேக்கலாம் என நினைத்தார். ஆனால் இருவரையும் நேரில் வைத்துக் கேட்டாதான் சரியாக இருக்கும் எனத் தோன்றியது அவருக்கு. அதற்குள் மணி தாத்தா அவளை அழைக்க அவள் எழுந்து சென்றாள். அப்பாவோ தன் அலைபேசியை எடுத்து மாறனை அழைத்தார். மாறனும் அலைபேசியை எடுத்து "அன்கிள் எப்படி இருக்கீங்க" என கேட்க அவரும் " நல்லாருக்கேன் பா நீ நாளைக்கு வீட்டுக்கு வரியா?" என்று கேட்டார். "அன்கிள் நா கம்பெனில ப்ராஜெக்ட்காக டெல்லி வந்தேன் இன்னும் மூணு மாசத்துக்கு இங்க தான் வொர்க்

அன்கிள். என்னாச்சு எதாச்சும் எமர்ஜென்சியா?" என்று கேட்டான். "அதெல்லாம் ஒன்னும் இல்ல பா சும்மா உன்னப் பாத்து ரொம்ப நாள் ஆன மாறி இருந்துச்சு அதான் கூப்டேன். நீ உன் வொர்க் முடிச்சிட்டு வா" என்றார். அவனும் "சரி நீங்க உடம்ப பாத்துக்கோங்க" என்று சொல்லி அழைப்பைத் துண்டித்தான். அவருக்கு இம்முறையும் ஏமாற்றமே! அங்கு வந்த வெண்பாவிடம் "மணி தாத்தா எதுக்கு மா கூப்டாரு?" என்று கேட்க "ப்ரசாதம் கொடுத்தாரு பா" என்றாள்.

அத்தியாயம் 9

அப்பாவிடம் கதைப் பேசியே அந்த ஒரு மாத காலம் முடிந்தது. அவளோடு இருந்த நாளெல்லாம் அவள் ஏன் மாறனைப் பற்றி எதுவும் கேட்கவில்லை என்பது அவரை உறுத்திக் கொண்டே இருந்தது. அவள் திரும்பி ஊருக்கு செல்லும் நாள் வந்தது. அவளை ஏர்போர்ட்டில் வழியனுப்பி விட்டு ஏதோ ஒருவித உணர்வோடு வீடு திரும்பினார்.

விமானத்தில் ஏறியவளுக்கு அவன் ஏன் தன்னைப் பார்க்க வரவில்லை என்ற கேள்வி மட்டும் மனதுக்குள் ஓடி கொண்டே இருந்தது. அவனுக்கு என்ன ஆச்சு ஏன் பார்க்க வரல? ஒரு வேலை அப்பாக்குத் தெரியுமோ. நா தான் அவன பத்தி அவர்கிட்ட கேக்காம போயிட்டனோ! தப்பு பண்ணிட்டேன் போல என அவளுக்குள் பேசிக் கொண்டிருந்தாள். அவளுக்கு அவள் மேல் கோவம் வந்தது கூடவே அழுகையும் வந்தது. எப்படியோ மீண்டும் யு.எஸ் வந்து சேர்ந்தாள். இம்முறை அவளுக்கு எப்படா மீண்டும் வீட்டுக்குப் போவது என்ற எண்ணம் தோன்றியது. அவனைப் பார்க்கும் ஆவலும் அதிகரித்தது. எண்ணங்களுக்கு இடையில் தள்ளாடி கொண்டிருந்தாள். குழப்பமும் தவிப்பும் அவளைத் தன் வசப்படுத்திக் கொண்டது. அவள் எதையோ நினைத்துத் தவிப்பதை உணர்ந்தாள் ஜெனிஃபர்.

ஊரிலிருந்து வந்ததால் வீட்டு நியாபகமாக இருக்கும் என நினைத்து எதுவும் கேட்காமல் விட்டு விட்டாள்.

மூன்று மாதம் கழித்து டெல்லியில் இருந்து வந்தவன் கோவிலுக்குச் சென்றான். அங்கு மணி தாத்தா "என்ன மாறன் எப்படி இருக்க?" என்று கேட்க "நல்லாருக்கேன் தாத்தா நீங்க எப்படி இருக்கீங்க?" எனக் கேட்டு கொண்டிருக்கையில் வெண்பாவின் அப்பா அங்கு வந்தார். மணி தாத்தா வெண்பாவின் அப்பாவிடம் "பாப்பா எப்படி இருக்கா? ஊருக்கு போனதுக்கு அப்றம் பேசுனாளா? அவ வாங்கிக் கொடுத்த செண்ட் என் பேரனுக்கு ரொம்ப பிடிச்சிருக்கு". என்றார். "நல்லது! அவ நல்லாருக்கா" என்றார். இவர்கள் இருவரும் பேசிக் கொண்டிருந்ததில் இருந்து வெண்பா ஊருக்கு வந்து சென்றுவிட்டாள் என்பதைப் புரிந்துக் கொண்டான். ஆனாலும் அப்பாவிடம் எதும் கேட்கவில்லை. அப்பா அவனைப் பார்த்து "எப்படி இருக்க மாறா" என்றார் "நல்லாருக்கேன் அன்கிள்" என்று சிறிது நேரம் அவரிடம் பேசிவிட்டு சென்றான்.

வெண்பா வந்துட்டு என்ன பாக்காம போயிட்டாளா? ஒருவேல அன்கிள் அன்னைக்கு எனக்குக் கால் பண்ணது அவ வந்தத சொல்ல தானா? நா தான் அவசரப்பட்டு டெல்லில இருக்கறது சொல்லிட்டனா? என யோசித்துக்

கொண்டிருந்தான். அவள் ஊருக்கு வந்தும் பார்க்காமல் இருந்ததை அவனால் ஏற்றுக் கொள்ள முடியவில்லை. கடைசி வரை அவளோடு இருக்க வேண்டும் என்று தோன்றியது. அவளின் ஆசையும் அது தான். ஆனால் இருவராலும் அப்பாவின் நம்பிக்கையை உடைக்க முடியவில்லை. ஒரு வருடத்திற்குப் பிறகும் தொடரும் அவர்களின் நினைவுகளை மெல்ல மெல்ல இருவரும் உணர ஆரம்பித்தனர். அவர்களின் உறவைப் புரிந்துக் கொள்வதற்கு இந்தப் பிரிவு அவசியமே என தோன்றியது.

அவள் படிப்பு முடிவதற்கு இன்னும் ஒரு மாதம் இருக்கும் நேரத்தில் ஒரு நாள் இரவு ஜெனிஃபர் அறையைச் சுத்தம் செய்து கொண்டிருந்தாள். அப்போது வெண்பாவின் கடிதங்கள் அவள் கண்ணில் பட்டது. அவற்றை எடுத்துக் கொண்டு அவளிடம் சென்றாள். முதலில் கேட்க தயங்கியவள் பிறகு அவளிடம் "இந்தக் கடிதங்களை ஏன் போஸ்ட் பண்ணல? இத யாருக்காக எழுதுன? அந்த பர்ப்பிள் கலர் சர்ட் ஏன் இன்னும் உன் கப்போர்ட்ல இருக்கு?" என கேள்விகளை அடுக்கிக் கொண்டே போனாள். சிறிது நேரம் அமைதியாக இருந்தவள் தன்னைப் பற்றியும் மாறனைப் பற்றியும் கூறினாள். அவனை முதன்முதலில் பார்த்தது தொடங்கி அவனை விட்டு தூரமாகப் பிரிந்து வந்தது வரை அனைத்தையும் அவளிடம்

கொட்டித் தீர்த்து அவள் தோளில் சாய்ந்து அழுதாள் வெண்பா. அவளின் மனநிலையைப் புரிந்துக் கொண்டு சமாதானப்படுத்தினாள் ஜெனிஃபர். அன்று வெண்பாவிற்கு ஏதோ மன பாரம் குறைந்தது போல் ஒரு உணர்வு.

அவ்வப்போது ஜெனிஃபர் கூறிய ஆறுதல் மொழிகள் அவளுக்கு நம்பிக்கையைக் கொடுத்தது.

அத்தியாயம் 10

தன் படிப்பை முடித்து விட்டு அவள் தங்கியிருந்த அறையில் இருந்தவற்றை எடுத்துக் கொண்டு அங்கிருந்துப் புறப்பட்டு இந்தியா வந்தாள். புறப்படுவதற்கு முன் அவள் எவ்வளவு தேடியும் அந்த பர்பிள் சர்ட்டை மட்டும் காணவில்லை. ஏதோ அவள் இதயமே தொலைந்தது போல் உணர்ந்தாள். அங்கும் இங்கும் தேடி அலைந்தாள். "அந்த பர்பிள் சர்ட்டோடுத் தான் வீட்டுக்குப் போகனும். அது மட்டும் தான் என்கிட்ட அவன் நியாபகமா இருக்குற ஒரே பொருள். அத எப்படி நா தொலச்சேன்" என்று கதறினாள். அவனையே தொலைத்துவிட்டது போல் மனதில் ஒரு பாரம். "ஜெனிஃபரிடம் தான் கடைசியா அத காமிச்சேன். அவகிட்ட கேக்கலாமா? இல்ல வேணாம்" என்று நினைத்தாள். கண்ணீரைத் துடைத்துக் கொண்டு மீண்டும் ஒருமுறை தேடியவளிடம் ஜெனிஃபர், "ஃப்ளைட்க்கு டைமாச்சு கௌம்பு" என்றாள். ஒருபுறம் அந்த சட்டையோடு தான் வீட்டிற்குப் போக வேண்டும் என்று தோன்றினாலும் மறுபுறம் அவளை எதிர்பார்த்துக் காத்திருக்கும் அப்பாவின் முகம் தோன்றியது. அதனால் தன் கண்ணீரைத் தன்னுள்ளே புதைத்துக் கொண்டுக் கிளம்பினாள். ஜெனிஃபரிடம் கேட்க அவளுக்கு விருப்பமில்லை காரணம் அது தான் அவள் நட்பிற்கு அவள் கொடுக்கும் மரியாதை.

அவளொரு பட்டாம்பூச்சி

ஜெனிஃபரிடம் தனக்கு உறுதுணையாக இருந்ததற்கு நன்றி கூறி விடைப்பெற்றாள்.

விமானத்தில் வரும் வழியெல்லாம் இம்முறையாவது மாறன் தன்னைப் பார்க்க வருவானா? இல்லை போன முறைப் போல் வராமல் போய்விடுவானா? என எண்ணற்ற கேள்விகள் அவளுக்குள். அப்பாவும் படிப்பு முடித்து வரும் தன் மகளைப் பார்க்க ஆவலுடன் ஏர்போர்ட்டில் காத்திருந்தார். அவள் வரும் விமானம் அரை மணி நேரம் தாமதமாக வரும் என்ற அறிக்கை வந்தது. அந்த அரை மணி நேரம் அவருக்கு ஏதோ அரை யுகம் போல் இருந்தது. ஒரு வழியாக அவள் விமானம் தரையிறங்கியது. அவளைப் பார்த்ததும் அப்பாவிற்கு ஒருவித நிம்மதி. இருவரும் வழக்கம் போல் கதைக்கத் தொடங்கிவிட்டனர். இப்படியே நாட்கள் ஓடியது. அவளுக்கு வெளிநாட்டு நிறுவனத்தில் வேலைக் கிடைத்தது. ஆனால் அவள் அதை ஏற்கவில்லை. இதற்கும் மேலும் அப்பாவைத் தனியாக விட மனமில்லை. அவளுக்கு அவளிருக்கும் இடத்திலேயே ஒரு மல்டி நேஷனல் கம்பெனியில் வேலைக் கிடைத்தது.

ஒரு நாள் கோவிலுக்குச் சென்று விட்டு வீட்டிற்கு வந்தவளிடம் அவள் அப்பா "அடுத்த வாரம் மணி தாத்தாவோடு கடைசிப் பேத்திக்குக் கல்யாணம் மா. நீ கண்டிப்பா வரனும்னு

சொல்லிருக்காரு" என்றார். "இப்போ தான் பா அவரப் பாத்துட்டு வரேன் நா கண்டிப்பா வரேன் பா" என்றாள். "உனக்கு இன்னொரு சர்ப்ரைஸ் இருக்கு மா" என்றவரிடம் "என்ன பா" என்று கேட்க "உனக்கு ஒரு வரன் பாத்ருக்கேன் மா" என்றார். ஒரு நிமிடம் அவளுக்குத் தலை சுற்றியது. "என்ன பா சொல்றீங்க? இப்ப என்ன அவசரம்?" "இல்ல மா எனக்கு வயசாயிட்டே போகுதுல உன் கல்யாணத்த பாக்கணும்னு ஆசையா இருக்கு. உனக்குக் கல்யாணம் பண்ணி கொடுத்துட்டா உன்ன பத்தின கவல இருக்காது" என்றவரிடம் பதில் பேச முடியாமல் "உங்க இஷ்டம்" என்றாள். மீண்டும் மாறனைப் பற்றிய எண்ணங்கள் அவளைச் சுற்றிக் கொண்டது. அப்பாவிடம் சொல்ல முடியாமல் தவித்தாள். அன்று முதல் அவள் மாறனை மீண்டும் பார்க்கவே கூடாது என்று ஒவ்வொரு நாளும் வேண்டிக் கொண்டிருந்தாள்.

அத்தியாயம் 11

மணி தாத்தாவின் மகள் கல்யாணத்திற்குத் தன் அப்பா ஆசையாய் எடுத்துக் கொடுத்தப் பர்பிள் நிற புடவையை உடுத்திக் கொண்டு சென்றாள். அவள் புடவைக் கட்டுவது அதுவே முதல் முறை. மணி தாத்தாவின் கடைசி பேத்தியும் அவளும் ஒன்றாகப் படித்தவர்கள். கல்யாணத்திற்குச் செல்லும் வழியெல்லாம் அந்த பர்பிள் புடவை அவனை நியாபகப் படுத்தியது. கல்யாண மண்டபத்திற்குள் நுழைந்தவளுக்கு ஏதோ ஒரு இனம் புரியாத எண்ணம். அவன் தன் அருகில் இருப்பதாக தோன்றியது. ஆம் அவனும் அங்கு தான் இருந்தான். கல்யாண கூட்டத்திற்கு இடையே அவன் பட்டாம்பூச்சியை பார்த்தான். அதுவும் அவனுக்குப் பிடித்த பர்பிள் நிற புடவையில். அவளும் அவனைப் பார்த்தாள். அன்று அவள் ப்ரார்த்தனை வீண் போனது. இருவருக்கும் பேசிக் கொள்ள வார்த்தைகள் இல்லை. கண்ணீரையும் மௌனத்தையும் மட்டுமே பரிமாறி கொண்டனர். சிறிது நேரம் கழித்துப் பிரிந்துச் சென்றனர்.

அன்று மாலை வீட்டுக்குச் சென்றவளிடம் அவள் அப்பா, "நாளைக்கு உன்ன பெண் பாக்க வராங்க மா" என்றார். எதுவும் பேசாமல் உள்ளே சென்றவள் தன் தவிப்பை வார்த்தைகளால் சொல்ல முடியாமல் அழுது அழுது தலையணையை நனைத்தாள். அப்பாவின்

நம்பிக்கையை உடைக்கவும் மனமில்லாமல் அவனை மறக்கவும் முடியாமல் தவித்தாள். அன்று பொழுது கழிந்தது.

அடுத்த நாள் காலை, அப்பா பரபரப்பாக அங்கும் இங்கும் நடந்து கொண்டிருந்தார். இவள் முகத்திலோ சிரிப்பே இல்லை. "மாப்பிள்ளை வீட்டுக்காரங்க வந்துட்டாங்க" என்ற அபியின் குரல் அவள் மனதைக் கனமாக்கியது. அவர்களை ஹாலில் அமர வைத்து விட்டு, வெண்பாவை அழைத்து வந்தார் அப்பா. அதுவரை யார் முகத்தையும் பார்க்காத அவள் நிமிர்ந்தாள். அது நெஜமாவே அவளுக்கு சர்பாரைஸ் தான். மாப்பிள்ளை இடத்தில் இருந்தது மாறன். அவளுக்கு சந்தோஷம் தாங்கவில்லை. அப்பாவைக் கட்டிப்பிடித்து அழுதவளிடம். "ஏன் மா? நீ நா உன் மேல் வச்சிருந்த நம்பிக்கையை உடைக்க கூடாதுன்னு நெனச்சப்போ நா எப்படி உன்ன கஷ்டப்படுத்துவேன். நீ என் பொன்னு டா" என்றார். "அப்பா இதெல்லாம் உங்களுக்கு எப்படி தெரியும்னு" கேட்க. "அத நா செல்றேன்னு" சொல்லி அங்கு யாரோ வந்தார். "ஹே ஜெனிஃபர் நீயா நீ எப்படி இங்க" என்ற வெண்பாவிடம் அப்பா, " ஜெனிஃபர் தான் மா நீ எழுதி போஸ்ட் பன்னாம வச்சிருந்த லெட்டர் பத்தி சொன்னா. இவ்ளோ நாளா உங்களுக்குள்ள என்ன ஆச்சுன்னு கேட்டுட்டு இருந்த எனக்கு பதிலா அந்த லெட்டர்

இருந்துச்சு. இத பத்தி உன்கிட்ட கேட்ட இத்தன நாள் நீ என்கிட்ட இத பத்தி பேசாம இருந்ததுக்கு அர்த்தமில்லாமல் போயிரும்னு தோனுச்சு அதனால தான் டா உன்கிட்ட எதும் கேக்காமா மாறன் கிட்ட எல்லாத்தையும் கேட்டேன். நீ ஊருக்கு வந்து இருந்தப்போ உங்க ரெண்டு பேர்கிட்டையும் பேசலாம்னு அவன வர சொல்லிருந்தேன். அவனும் வந்தான். ஆனா நீ வந்தப்போ இல்ல அதுக்கப்பறம். உன்ன பத்தி எனக்கு தெரியாத நெறைய விஷயம் அவன் சொன்னா மா. உன்ன பத்தி நா புரிஞ்சுக்கிட்டத விட அவன் புரிஞ்சுக்கிட்டது தான் அதிகம். அப்போ தான் எனக்கு ஒன்னு தோணுச்சு உங்க அம்மா மட்டும் இருந்திருந்தா நீ யார்ட்டையும் சொல்ல முடியாம இவ்வளோ கஷ்டப்பட்ருக்க மாட்ட. உன்னோடு வார்த்தைகளை சரியா புரிஞ்சுக்கத் தெரிஞ்ச எனக்கு உன்னோட மௌனத்த சரியா புரிஞ்சுக்கத் தெரில. ஆனா உன்னோட மௌனத்தையும் புரிஞ்சுக்கிட்டு உன் உணர்வுக்கு மதிப்புக் கொடுத்து உனக்கான இடத்தக் கொடுத்து உன்ன விட்டு தள்ளி நின்ன மாறன் நெஜமாவே க்ரேட் மா. அப்பா மாதிரி அமைதியா, பொறுமையா இருக்காருனு தான அவன உனக்கு பிடிச்சுச்சு. அவன் மத்தவங்களப் புரிஞ்சுக்குறதுல அதுவும் அவனுக்கு பிடிச்சவங்களப் புரிஞ்சுக்கிறதுல உங்க அம்மா மாதிரி. உங்க அம்மாக்கும் நா பேசனும்னு அவசியமில்ல என் பார்வப் போதும்

அவ என்ன புரிஞ்சுப்பா. நல்லா இரு டா" என்று கண் கலங்கினார்.

"அப்பா சாரி பா நா உங்கள் அழ வச்சுட்டேன்" என்றவளிடம் "ஆமா டா நா இதுவரைக்கும் இவ்வளோ சந்தோஷமா இருந்ததே இல்ல என்ன சந்தோஷத்துல அழ வச்சுட்ட" என்று புன்னகைத்தார். உணர்ச்சிகளின் விளிம்பில் நின்றவளிடம் " கியர் இஸ் யுவர் வெட்டிங் கிஃப்ட்" என சொல்லி அவளிடம் அந்தப் பர்பிள் சர்ட்டை கொடுத்தாள் ஜெனிஃபர். அதை வாங்கி கொண்டவள் அவளைக் கட்டி அணைத்துக் கொண்டாள். எல்லாம் தெளிவான பிறகு மாறன், "வெண்பா இப்ப என்கிட்ட எதாச்சும் கேளு" என்றான். அதற்கு அவள், "நீ எப்பவுமே என் கூடவே இருப்பியானு" கேட்டாள். அவனும் "இனிமேல் என் பட்டாம்பூச்சி கூட தான்" என்றான்.

அப்பாவின் நம்பிக்கையை உடைக்க மனமில்லாமல் அவள் எடுத்த முடிவை விட மகளின் தவிப்பைப் புரிந்துக் கொண்டு அப்பா எடுத்த முடிவு அழகானது. அன்று மீண்டும் அப்பாவின் வெண்பாவாய், அவனின் பட்டாம்பூச்சியாய் ஓர் அழகிய துவக்கம் அவள் வாழ்வில். வெண்பா அவனைவிட்டுப் பிரியாமல் இருந்திருந்தால் இவை யாவும் நடந்திருக்காது. உறவுகளின் புரிதலுக்குப் பிரிவுகள் அவசியமே. நாம் எடுக்கும் முடிவுகள்

யாவும் ஏதோ ஒரு அத்தியாயத்தின் தொடக்கம் ஆகிறது. அன்புகளுக்கு நடுவே அலைமோதி கொண்டிருந்த வெண்பாவின் வாழ்க்கையில் முடிவுகள் ஓர் அழகிய துவக்கம்.

43